Impressum
Verlag: BABADADA GmbH, Nedderfeld 112 , 22529 Hamburg
Geschäftsführer / Verlagsleitung: Harald Hof
Druck: Books on Demand GmbH, In de Tarpen 42, 22848 Norderstedt

Imprint
Publisher: BABADADA GmbH, Nedderfeld 112 , 22529 Hamburg, Germany
Managing Director / Publishing direction: Harald Hof
Print: Books on Demand GmbH, In de Tarpen 42, 22848 Norderstedt, Germany

skole

ትምህርት ቤት

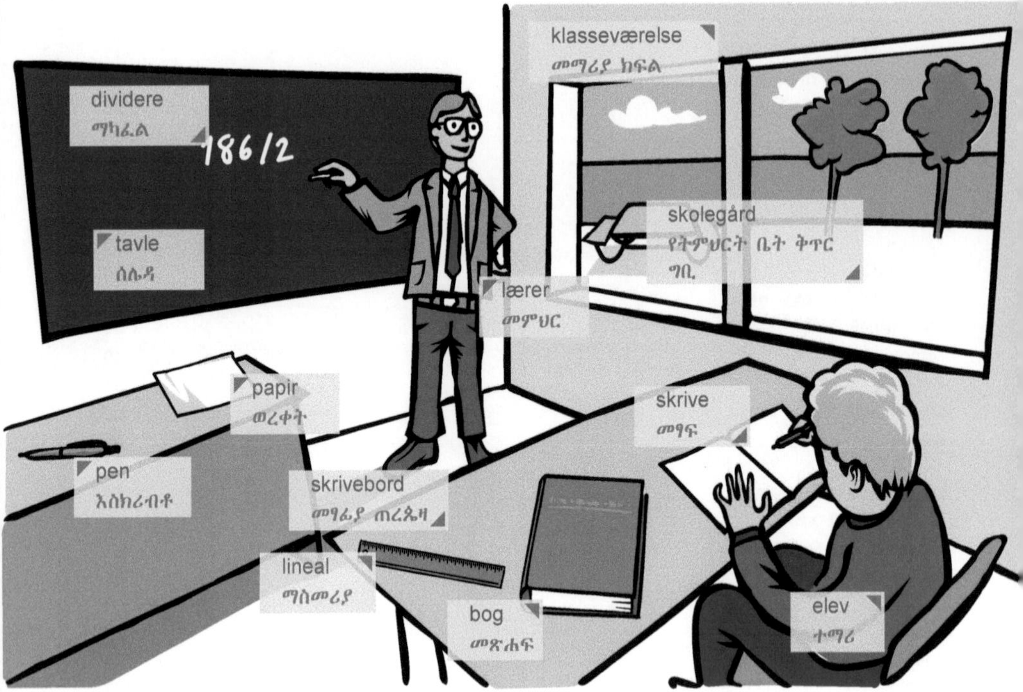

klasseværelse
መማሪያ ክፍል
dividere
ማካፈል
186/2
skolegård
የትምህርት ቤት ቅጥር ግቢ
tavle
ሰሌዳ
lærer
መምህር
papir
ወረቀት
skrive
መፃፍ
pen
እስክሪብቶ
skrivebord
መፃፊያ ጠረጴዛ
lineal
ማስመሪያ
bog
መጽሐፍ
elev
ተማሪ

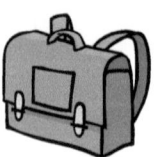

skoletaske
....
የጀርባ ቦርሳ

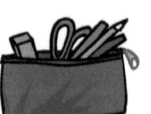

penalhus
....
የእርሳስ መያዣ

blyant
....
እርሳስ

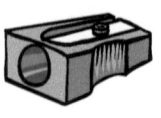

blyantspidser
....
የእርሳስ መቅረጫ

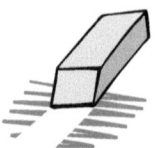

viskelæder
....
ላጲስ

tegneblok
....
የስዕል ደብተር

tegning

ስዕል

pensel

የቀለም ብሩሽ

æske med vandfarver

የቀለም ሳጥን

saks

መቀስ

lim

ማጣበቂያ

opgavehefte

መልመጃ ደብተር

lektie

የቤት ስራ

12

tal

ቁጥር

2+2

addere

መደመር

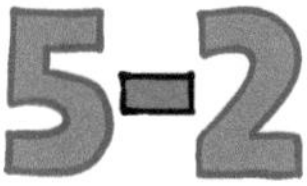
5-2

subtrahere

መቀነስ

2×2

multiplicere

ማባዛት

42

regne

ቁጥሮችን ማስላት

A

bogstav

ደብዳቤ

ABCDEFG
HIJKLMN
OPQRSTU
VWXYZ

alfabet

ፊደላት

hello

ord

ቃል

tekst

ፅሑፍ

læse

ማንበብ

kridt

ጠመኔ

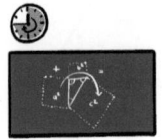

time

ትምህርት

klasseprotokol

ምዝገባ

eksamen

ፈተና

karakterbog

ሰርተፊኬት

skoleuniform

የትምህርት ቤት የደንብ ልብስ

uddannelse

ትምህርት

leksikon

አዉደ ጥበብ

universitet

ዩኒቨርስቲ

mikroskop

የምርምር አጉሊ መሳርያ

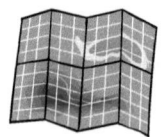

kort

ካርታ

papirkurv

የቆሻሻ ወረቀት መጣያ ቅርጫት

hotel
ሆቴል

herberg
ማረፊያ ቤት

ROOMS

vekselkontor
የዉጭ ገንዘብ ምንዛሪ
ቢሮ

EXCHANGE

Grand

kuffert
ልብስ መያዣ
ሻንጣ

bil
መኪና

sprog

ቋንቋ

ja / nej

አዎ/ አይደለም

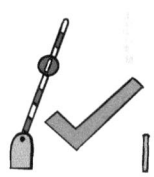

okay

እሺ

hej

ሰላም

oversætter

አስተርጓሚ

tak

አመሰግናለሁ

hvad koster…?

ስንት ነዉ.......?

Jeg forstår ikke

አልገባኝም

problem

እክል

God aften!

እንደምን አመሹ!

God morgen!

እንደምን አደሩ!

God nat!

መልካም ምሽት!

farvel

ደህና ይሰንብቱ

retning

አቅጣጫ

bagage

ሻንጣ

taske

ቦርሳ

rygsæk

የጀርባ ቦርሳ

gæst

እንግዳ

værelse

ክፍል

sovepose

የመተኛ ቦርሳ

telt

ድንኳን

turistinformation

የጎብኚዎች መረጃ

strand

የባህር ዳርቻ

kreditkort

ክሬዲት ካርድ

morgenmad

ቁርስ

middagsmad

ምሳ

aftensmad

እራት

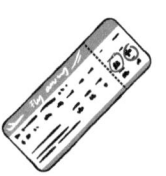

billet

ቲኬት

elevator

አሳንሰር

frimærke

ማህተም

grænse

ድንበር

told

ባህሎች

ambassade

ኤምባሲ

visum

ቪዛ/የይለፍ ወረቀት

pas

ፓስፖርት

transport

ጓጓዥ

flyvemaskine
አዉሮፕላን
skib
መርከብ
brandbil
የእሳት አደጋ መኪና
bus
አዉቶብስ
lastbil
የጭነት መኪና
motorbåd
የሞተር ጀልባ
cykel
ብስክሌት
bil
መኪና

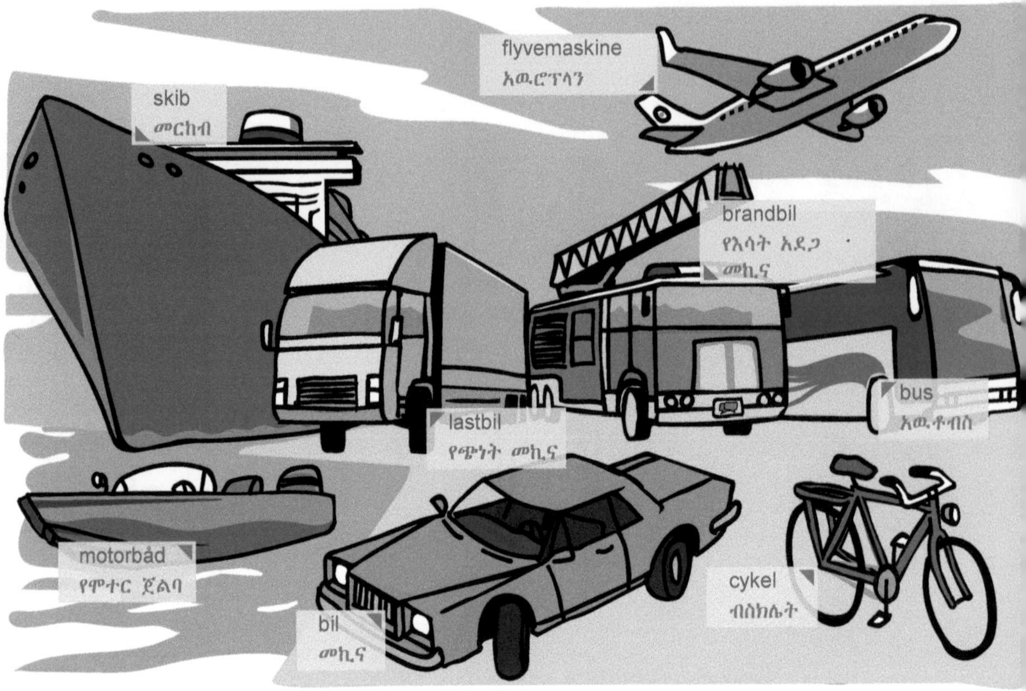

færge

የማመላለሻ ጀልባ

båd

ጀልባ

motorcykel

የሞተር ብስክሌት

politibil

የፖሊስ መኪና

racerbil

የዉድድር መኪና

lejebil

የኪራይ መኪና

samkørsel

....

የመኪና መጋራት

kranbil

....

ጎታች መኪና

skraldebil

....

የቆሻሻ ጭነት መኪና

motor

....

ሞተር

benzin

....

ነዳጅ

tankstation

....

የቤንዚን ማደያ

trafikskilt

....

የመንገድ ምልክት

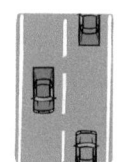

trafik

....

የመኪኖች እንቅስቃሴ

trafikprop

....

የመኪና መጨናነቅ

parkeringsplads

....

የመኪና ማቆሚያ

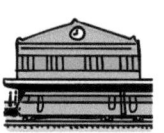

banegård

....

የባቡር ጣቢያ

skinner

....

የባቡር ሀዲዶች

tog

....

ባቡር

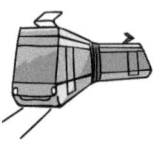

sporvogn

....

የኤሌክትሪክ ባቡር

wagon

....

ሰረገላ

helikopter

ሄሊኮፕተር

lufthavn

አየር ማረፊያ

tårn

ማማ

passager

መንገደኛ

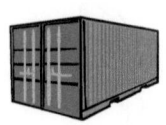

container

ማስቀመጫ፤ ማጠራቀሚያ

karton

ካርቶን እቃ ማሸጊያ

kærre

ጋሪ፤ ተሳቢ

kurv

ቅርጫት

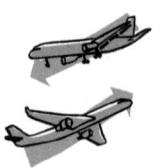

starte / lande

መነሳት/ ማረፍ

by

ከተማ

landsby

መንደር

bymidte

የከተማ ማዕከል

hus

ቤት

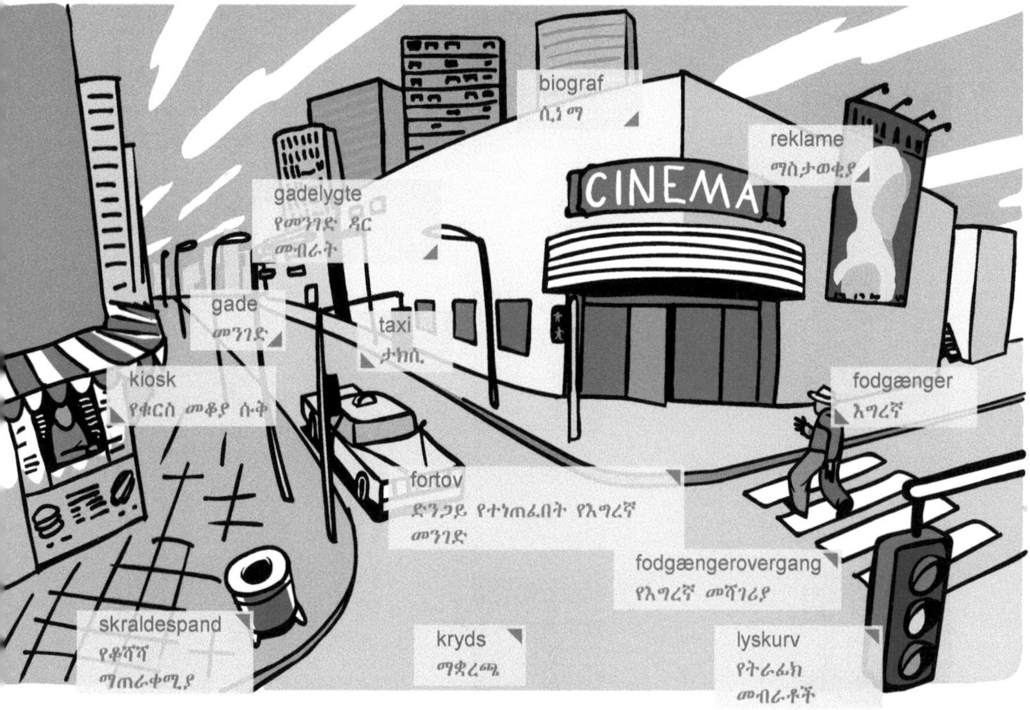

biograf
ሲኒማ
CINEMA
reklame
ማስታወቂያ
gadelygte
የመንገድ ዳር
መብራት
gade
መንገድ
taxi
ታክሲ
kiosk
የቁርስ መቆያ ሱቅ
fodgænger
እግረኛ
fortov
ድንጋይ የተነጠፈበት የእግረኛ
መንገድ
fodgængerovergang
የእግረኛ መሻገሪያ
skraldespand
የቆሻሻ
ማጠራቀሚያ
kryds
ማቋረጫ
lyskurv
የትራፊክ
መብራቶች

hytte

ጎጆ

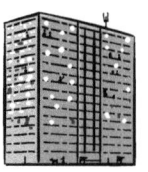

lejlighed

አፓርታማ

banegård

የባቡር ጣቢያ

rådhus

የከተማ አዳራሽ

museum

ቤተ መዘክር

skole

ትምህርት ቤት

universitet

ዩኒቨርስቲ

bank

ባንክ

sygehus

ሆስፒታል

hotel

ሆቴል

apotek

መድሐኒት ቤት

kontor

ቢሮ

boghandel

መፅሐፍ መሸጫ

butik

ሱቅ

blomsterbutik

የአበባ መሸጫ

supermarked

የሸቀጣ ሸቀጥ መደብር

marked

ገበያ ስፍራ

stormagasin

መደብር

fiskehandler

የዓሳ ነጋዴ

butikscenter

የገበያ ማዕከል

havn

ወደብ

park

መናፈሻ ቦታ

bænk

አግዳሚ ወንበር

bro

ድልድይ

trappe

ደረጃዎች

undergrundsbane

ዉስጥ ለዉስጥ

tunnel

ዋሻ

busstoppested

የአዉቶቡስ ፌርማታ

barnevogn

ባር

restaurant

ምግብ ቤት

postkasse

የፖስታ ሳጥን

vejskilt

የመንገድ ምልክት

parkometer

የመኪና ማቆሚያ ሒሳብ የሚያሰላ
ማሽን

zoo

የደር እንስሳት ማቆያ

badeanstalt

የመዋኛ ገንዳ

moske

መስጊድ

bondegård

እርሻ

miljøforurening

የሚበክል ነገር

kirkegård

መቃብር ስፍራ

kirke

ቤተ ክርስቲያን

legeplads

መጫወቻ ሜዳ

tempel

ቤተ መቅደስ

landskab

መልከዓምድር

blad
ቅጠል

vejviser
የመንገድ ላይ
ምልክት

vej
መንገድ

eng
አረንጓዴ መስክ

sten
ድንጋይ

træ
ዛፍ

vandrer
በእግሩ የሚጓዝ

flod
ወንዝ

græs
ሳር

blomst
አበባ

dal

ሸለቆ

bjerg

ኮረብታ

sø

ሀይቅ

skov

ጫካ

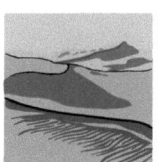

ørken

በረሃ

vulkan

እሳተ ገሞራ

slot

ግምብ

regnbue

ቀስተ ዳመና

svamp

እንጉዳይ

palme

የቴምብር ዛፍ/ ዘንባባ

moskito

ቢንቢ./ የወባ ትንኝ

flue

በራሪ

myre

ጉንዳን

bi

ንብ

edderkop

ሸረሪት

bille

....

ጢንዚዛ

frø

....

እንቁራሪት

egern

....

ሽኮኮ

pindsvin

....

ጃርት

hare

....

ጥንቸል

ugle

....

ጉጉት ወፍ

fugl

....

ወፍ

svane

....

የዉሃ ዳክዬ

vildsvin

....

ከርከሮ

hjort

....

አጋዘን

elg

....

አጋዘን

dæmning

....

ግድብ

vindmølle

....

በነፋስ የሚሽከረከር

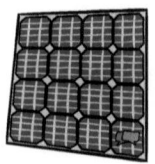

solcellemodul

....

የፀሀይ ፓኔሎ

klima

....

አየር ንብረት

restaurant

ምግብ ቤት

tjener
አስተናጋጅ
spisekort
stol
ወንበር
suppe
ሾርባ
pizza
ፒዛ
bestik
መክተፊያ
borddug
የጠረጴዛ ጨርቅ

forret

የምግብ ፍላጎትን የሚከፍት ምግብ

hovedret

ዋና ምግብ

dessert

ማጣጣሚያ ተከታይ ምግብ

drikkevarer

መጠጦች

mad

ምግብ

flaske

ጠርሙስ

fastfood

ፈጣን ምግብ

streetfood

የመንገድ ምግብ

tekande

የሻይ ማንቆርቆሪያ

sukkerdåse

የስኳር እቃ

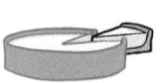

portion

ድርሻ

espressomaskine

የቡና ማፊያ ማሽን

barnestol

ባለጌ ወንበር

faktura

የክፍያ ደረሰኝ

tablet

ትሪ

kniv

ቢላዋ

gaffel

ሹካ

ske

ማንኪያ

teske

የሻይ ማንኪያ

serviet

ልብስ ምግብ እንዳይነካ የሚረዳ
ጨርቅ

glas

ብርጭቆ

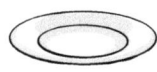

tallerken

ዝርግ ሰሀን

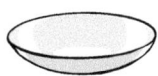

dyb tallerken

የሾርባ ጎድጓዳ ሰሀን

underkop

የስኒ ማስቀመጫ

sovs

ማጣፈጫ ስጎ

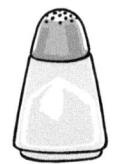

saltbøsse

የጨዉ እቃ

peberkværn

የተፈጨ ቃሪያ

eddike

ኮምጣጤ

olie

የምግብ ዘይት

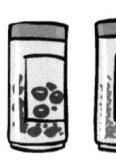

krydderier

ቀመማ ቅመሞች

ketchup

የቲማቲም ድልህ

sennep

ሰናፍጭ

mayonnaise

ማዮኒዝ

supermarked

የሸቀጣ ሸቀጥ መደብር

tilbud
ልዩ አቅራቦት
FOR
kunde
ደምበኛ
mælkeprodukter
የወተት ተዋፅዖ
frugt
ፍራፍሬ
indkøbsvogn
ባለ ጎማ የእጅ ጋሪ

slagter

ሉካንዳ ነጋዴ

bageri

መጋገርያ

veje

ክብደት መመዘን

grøntsager

ቅጠላ ቅጠል አትክልት

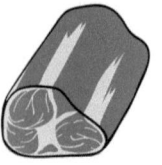

kød

ስጋ

frostvarer

የቀዘቀዘ/የረጋ ምግብ

pålæg

....

ቀዝቃዛ ቁራጭ

konserves

....

የታሸገ ምግብ

vaskemiddel

....

የማጠቢያ ዱቄት

slik

....

ጣፋጮች

husholdningsvarer

....

የቤት ዉስጥ ዉጤቶች

rengøringsmidler

....

የፅዳት ምርቶች

ekspedient

....

የሽያጭ ባለሙያ

kasse

....

የገንዘብ መመዝቢያ ማሽን

kasserer

....

የሒሳብ ሰራተኛ

indkøbsliste

....

የግዢ ዝርዝር

åbningstider

....

ክፍት ሰዓታት

tegnebog

....

የኪስ ቦርሳ

kreditkort

....

ክሬዲት ካርድ

taske

....

ቦርሳ

plasticpose

....

የፕላስቲክ ቦርሳ

drikkevarer

መጠጦች

vand

ዉሃ

saft

ጭማቂ

mælk

ወተት

cola

ኮካ-ኮላ

vin

ወይን

øl

ቢራ

alkohol

አልኮል

kakao

ኮካ

te

ሻይ

kaffe

ቡና

espresso

የተፈላ ቡና

cappuccino

ካፕቺኖ

mad

ምግብ

banan

ሙዝ

æble

ፖም

appelsin

ብርቱካን

melon

ሀብሀብ

citron

ሎሚ

gulerod

ካሮት

hvidløg

ነጭ ሽንኩርት

bambus

ሽምበቆ

løg

ቀይ ሽንኩርት

svamp

እንጉዳይ

nødder

ለዉዝ

nudler

የህፃናት ምግብ

spaghetti

ፓስታ

ris

ሩዝ

salat

ሰላጣ

pomfritter

የድንች ጥብስ

stegte kartofler

ድንች ጥብስ

pizza

ፒዛ

hamburger

ዳቦ ዉስጥ በስሱ ተጠብሶ የገባ ስጋ

sandwich

ሳንድዊች

schnitzel

ጥሬ ስጋ

skinke

የአሳማ ስጋ

salami

በቅመምና በጨዉ የታሸ ምግብ ቀዝቅዞ የሚበላ ሾርባ ምግብ

pølse

ቋሊማ

kylling

ዶሮ

steg

ጥብስ

fisk

አሳ

havregryn

የአጃ ገንፎ

mysli

ከወተት ጋር ተደባልቀዉ የሚበሉ ምግቦች

cornflakes

የበቆሎ ቅርፊት

mel

ዱቄት

croissant

ኩራሳ

rundstykke

ድብልብል ዳቦ

brød

ዳቦ

toast

መጥበስ

kiks

ብስኩት

smør

ቅቤ

kvark

እርጎ

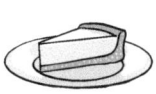

kage

ኬክ

æg

እንቁላል

spejlæg

እንቁላል ጥብስ

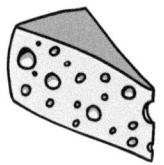

ost

አይብ

is

የበረዶ ክሬም

sukker

ስኳር

honning

ማር

marmelade

ማርማላት

nougat-creme

የተናጠ የወተት ክሬም

karry

ማጣፈጫ

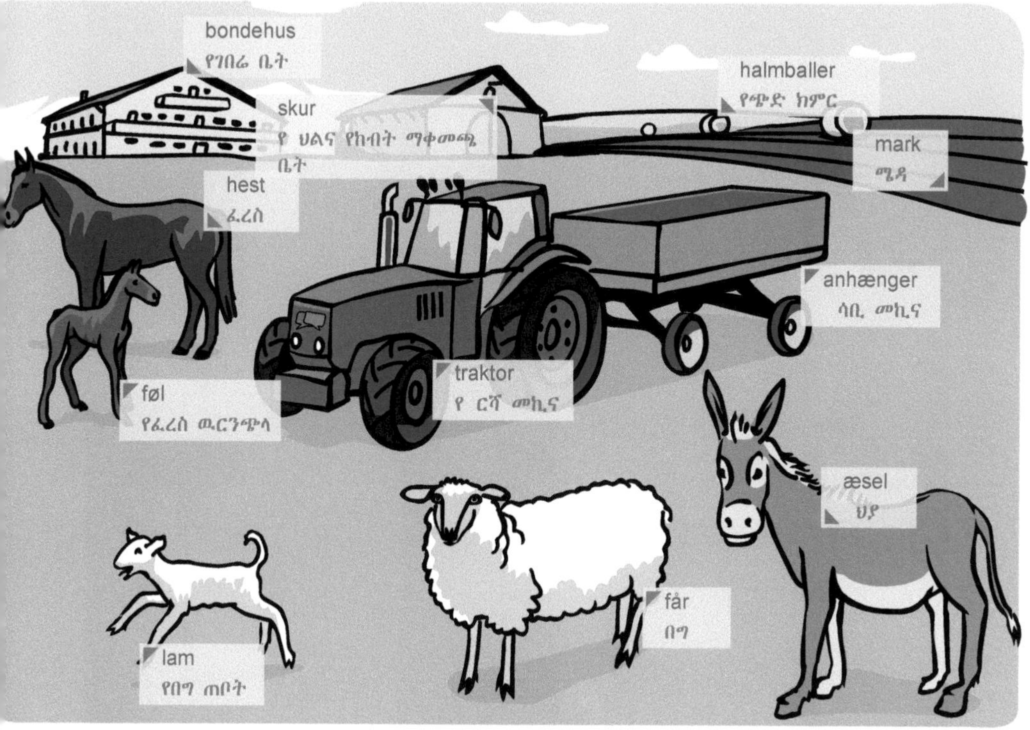

bondehus
የገበሬ ቤት

skur
የ ሀልና የከብት ማቀመጫ ቤት

hest
ፈረስ

halmballer
የጭድ ክምር

mark
ሜዳ

anhænger
ሳቢ መኪና

føl
የፈረስ ዉርንጭላ

traktor
የ ርሻ መኪና

æsel
ህያ

lam
የበግ ጠቦት

får
በግ

ged

ፍየል

ko

ላም

kalv

ጥጃ

svin

ሳማ

gris

ግልገል ሳማ

tyr

ኮርማ

gås

ዝይ

and

ዳክዬ

kylling

የዶሮ ጫጩት

høne

ዶር

hane

አዉራ ዶሮ

rotte

አይጥ

kat

ደድመት

mus

አይጥ

okse

በሬ

hund

ዉሻ

hundehus

የዉሻ ቤት

haveslange

የአትክልት ቦታ

vandkande

ዉሃ ማጠጫ ባልዲ

le

ረጅም ማጭድ

plov

ማረሻ

segl

ማጭድ

hakkejern

መኮትኮቻ

møggreb

የእህል መንሽ

økse

መጥረቢያ

trillebør

ኩርኩር/ የእጅ ጋሪ

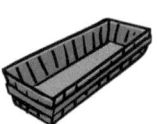

trug

ገንዳ

mælkekande

የወተት ዕቃ

sæk

ጆንያ ከረጢት

hæk

አጥር

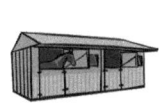

stald

የፈረስ ጋጣ

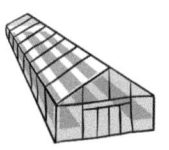

drivhus

ዕፅዋት ማሳደጊያ የመስታዉት
ቤት

jord

አፈር

frø

ዘር

gødning

የመሬት ማዳበሪያ

mejetærsker

ጥምር ማረሻ

høste

አዝመራ መሰብሰብ

høst

አዝመራ

yams

ድንች

hvede

ስንዴ

soja

ሶያ

kartoffel

ድንች

majs

በቆሎ

raps

የከብት መኖ

frugttræ

የፍሬ ዛፍ

maniok

የካሳቫ ዛፍ

korn

እህል

hus

ቤት

skorsten
tag
ጣራ
tagrende
vindue
መስኮት
garage
ጋራዥ
dørklokke
የበር ደወል
dør
በር
skraldespand
የቆሻሻ ማጠራቀሚያ
postkasse
ፖስታ ሳጥን
have
የአትክልት ቦታ

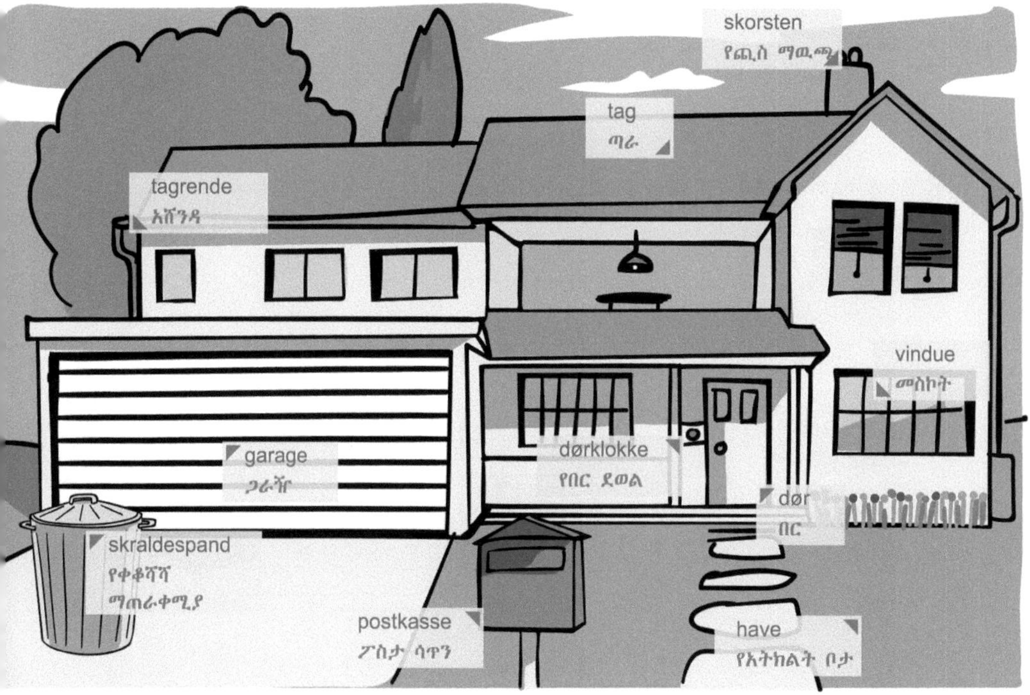

stue

ሳሎን

badeværelse

መታጠቢያ ቤት

køkken

ማድቤት

soveværelse

መኝታ ቤት

børneværelse

የልጅ ክፍል

spisestue

መመገቢያ ክፍል

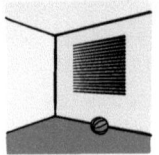

gulv

ወለል

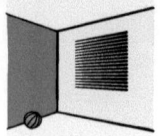

væg

ግድግዳ

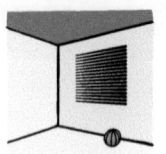

loft

ጣሪያ

kælder

ምድር ቤት

sauna

በእንፋሎት ሙቀት መታጠቢያ
ቤት

altan

ሰገነት

terrasse

ከፍ ያለ መደብ

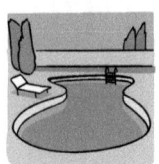

svømmehal

የመዋኛ ገንዳ

plæneklipper

የማጨጃ መኪና

dynebetræk

አንሶላ

dyne

የአልጋ ልብስ

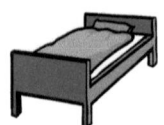

seng

አልጋ

kost

መጥረጊያ

spand

ባልዲ

kontakt

ማብሪያና ማጥፊያ

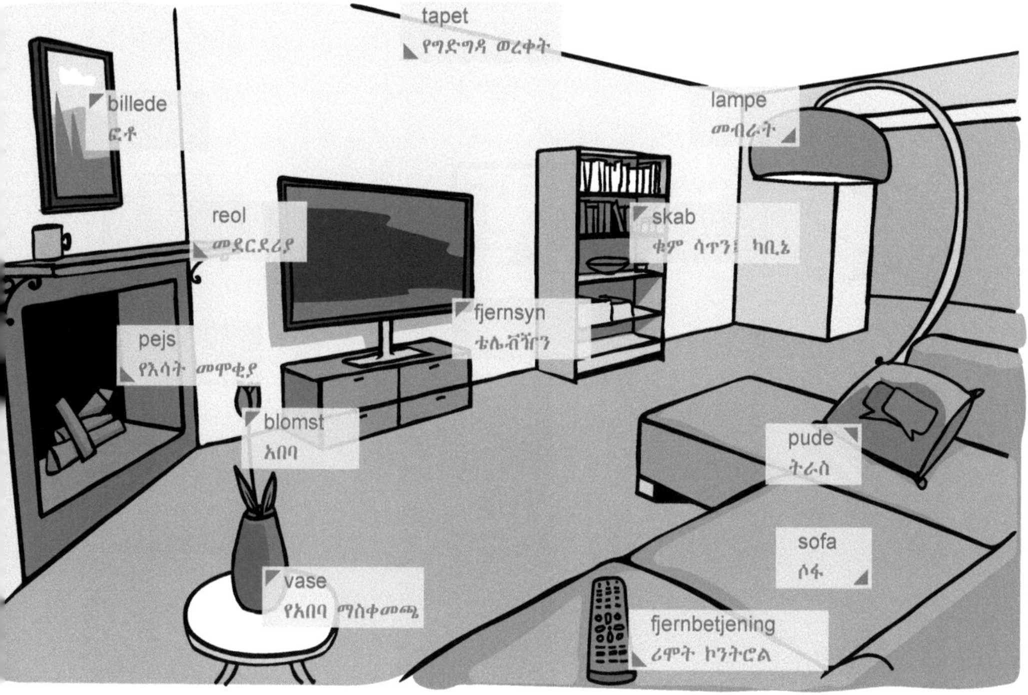

tapet
የግድግዳ ወረቀት

billede
ፎቶ

lampe
መብራት

reol
መደርደሪያ

skab
ቁም ሳጥን፤ ካቢኔ

fjernsyn
ቴሌቪዥን

pejs
የእሳት መሞቂያ

blomst
አበባ

pude
ትራስ

sofa
ሶፋ

vase
የአበባ ማስቀመጫ

fjernbetjening
ሪሞት ኮንትሮል

gulvtæppe

ንጣፍ

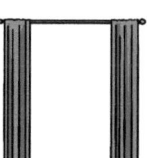

gardin

መጋረጃ

bord

ጠረጴዛ

stol

ወንበር

gyngestol

ተወዛዋዥ ወንበር

lænestol

ባለመደገፊያ ወንበር

bog

መጽሐፍ

tæppe

ብርድ ልብስ

dekoration

ጌጥ

brænde

ማገዶ

film

ፊልም

stereoanlæg

የሙዚቃ መማጫወቻ

nøgle

ቁልፍ

avis

ጋዜጣ

maleri

ስዕል

plakat

የተለጠፈ ማስታወቂያ እንደ ስዕል

radio

ራዲዮ

notesblok

ማስታወሻ ደብተር

støvsuger

የአየር ማፅጃ ለምንጣፍ

kaktus

ቁልቋል

lys

ሻማ

køkken

køleskab
ማቀዝቀዣ
mikrobølgeovn
ማይክሮዌቭ ምግብ ማብሰያ
køkkenvægt
የኩሽና መመዘኛ ሚዛን
brødrister
ዳቦ መጥበሻ
rengøringsmiddel
ንፁህ ማድረጊያ
bageovn
ምድጃ
fryserum
ማቀዝቀዣ
skraldespand
የቆሻሻ ማጠራቀሚያ
opvaskemaskine
እቃ ማጠቢያ

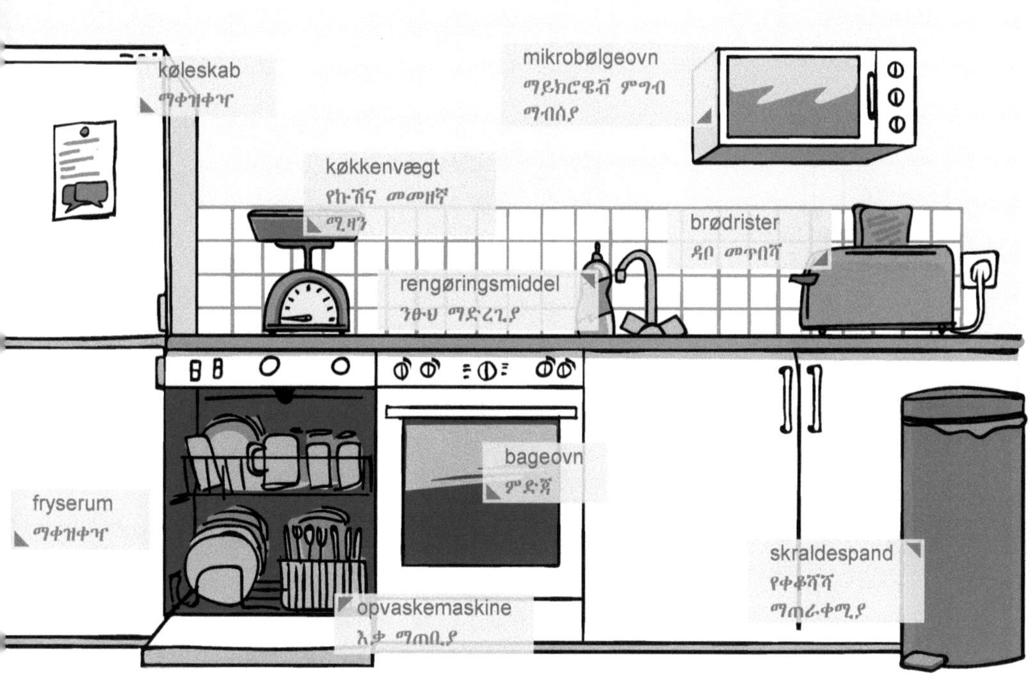

komfur

ምግብ አብሳይ

gryde

ማሰሮ

jerngryde

የብረት ማሰሮ

wok / kadai

ምግብ ማብሰያ ዝርግ ድስት

pande

የምግብ መጥበሻ

elkedel

ማንቆርቆሪያ

dampkoger

የእንፋሎት ማብሰያ

bageplade

የመጋገሪያ ትሪ

service

ሰብስቦች

bæger

ትልቅ ኩባያ

skål

ጎድጓዳ ሳህን

spisepinde

ቾፕስቲክስ

øseske

ጭልፋ

paletkniv

መሰቅሰቂያ ዝርግ ማንኪያ

piskeris

ማደባለቂያ

dørslag

መወጠሪያ

si

ወንፊት

rive

መፈርፈሪያ መሳሪያ

morter

ሲሚንቶ

grille

የፍም ጥብስ

ildsted

የተለቀቀ እሳት

skærebræt

መክተፊያ

kagerulle

ተንሸራታች መርፌ

proptrækker

የጠርሙስ መክፈቻ

dåse

ጣሳ

dåseåbner

የጣሳ መክፈቻ

grydelap

የማሰሮ መሸፈኛ

køkkenvask

ሳህን ማጠቢያ

børste

ብሩሽ

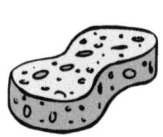

svamp

ስፖንጅ

blender

መደባለቂያ መሳሪያ

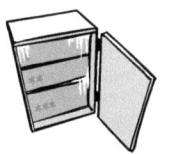

dybfryser

በጣም ማቀዝቀዣ

sutteflaske

ጡጦ

vandhane

ቧንቧ

badeværelse

መታጠቢያ ቤት

brusebad
መታጠቢያ
håndklæde
ፎጣ
bruserforhæng
የመታጠቢያ ቤት መጋረጃ
skumbad
የአረፋ መታጠቢያ
badekar
የመታጠቢያ ገንዳ
glas
ብርጭቆ
vaskemaskine
የልብስ ማጠቢያ
vandhane
ቧንቧ
fliser
ማዕዘን ወለል
tissepotte
køkkenvask
ሳህን ማጠቢያ

toilet

ሽንት ቤት

hugsiddende toilet

የሽንት ቤት መቀመጫ

bidet

ሳፋ

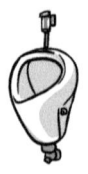

pissoir

የመንገድ ዳር መሽኛ

toiletpapir

የሽንት ቤት ወረቀት

toiletbørste

የሽንት ቤት ማፅጃ ብሩሽ

tandbørste

የጥርስ ብሩሽ

tandpasta

የጥርስ ሳሙና

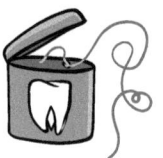

tandtråd

የጥርስ ማፅጃ ክር

vaske

መታጠብ

håndbruser

የእጅ መታጠቢያ

intimbruser

መታጠቢያ

vaskefad

ጎድጓዳ ሳህን

badebørste

የጀርባ ብሩሽ

sæbe

ሳሙና

brusegele

የመታጠቢያ የሚዝለገለግ ሳሙና

shampoo

የፀጉር መታጠቢያ ሳሙና

vaskeklud

ለስላሳ ጨርቅ

afløb

ፍሳሽ

creme

ክሬም

deodorant

ጠረን መቀየሪያ ንጥረ ነገር

spejl

መስታወት

kosmetikspejl

የእጅ መስታወት

barberhøvl

ምላጭ

barberskum

የመላጫ አረፋ

barbervand

ከመላጨት በኋላ የሚቀባ ሽቱ

kam

ማበጠሪያ

børste

ብሩሽ

hårtørrer

የፀጉር ማድረቂያ

hårspray

በፀጉር ላይ የሚነፋ

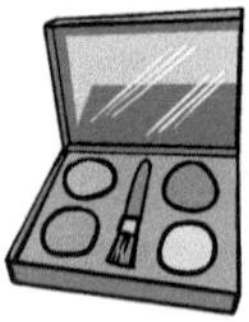

makeup

የፊት መቀባቢያ

læbestift

የከንፈር ቀለም

neglelak

የጥፍር ቀለም

vat

የጥጥ ሱፍ

neglesaks

ጥፍር መቁረጫ

parfume

ሽቶ

toilettaske

ማጠቢያ ባልዲ

skammel

መቀመጫ

vægt

ሚዛን

badekåbe

የመታጠቢያ ልብስ

gummihandsker

የላስቲክ ጓንት

tampon

ሞዴስ

damebind

የፅዳት ፎጣ

kemisk toilet

የሽንት ቤት ኬሚካል

børneværelse

ልጅ ክፍል

vækkeur
የማንቂያ ደዉል ሰዐት
bamse
የህፃን አሻንጉሊት
legetøjsbil
የመጫወቻ መኪና
skralde
ማንገጫገጫ
መጫወቻ
dukkehus
የአሻንጉሊት ቤት
gave
ስጦታ

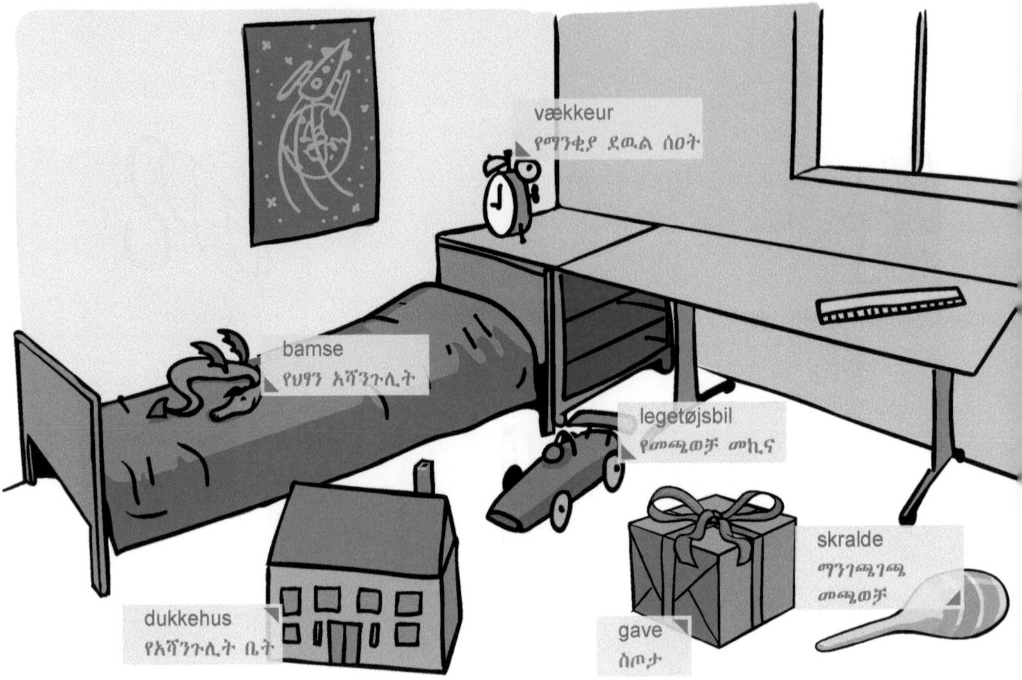

ballon

ፊኛ

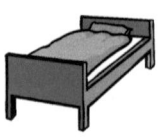

seng

አልጋ

barnevogn

የህፃን ማንሸራሸሪያ ጋሪ

kortspil

የካርታ መጫወቻ

puslespil

ቁርጥራጭ ምስሎችን የማገጣጠም
እና ምስል የማግኘት ጨዋታ

tegneserie

አዝናኝ

legoklodser

ተገጣጣሚ መጫወቻ

byggeklodser

የመጫወቻ መገጣጠሚያዎች

action figur

የድርጊት ምስል

sparkedragt

የህፃን እድገት

frisbee

የፕላስቲክ መጫወቻ ዝርግ ሰሀን

uro

ተወዛዋዥ የህፃን ማጫወቻ

brætspil

የሰሌዳ ጨዋታ

terning

የመጫወቻ ጠጠር

modeljernbane

የመጫወቻ ባቡር

sut

የእንጀራ እናት ጡጦ

fest

ድግስ

billedbog

የስዕል መፅሀፍ

bold

ኳስ

dukke

አሻንጉሊት

lege

መጫወት

sandkasse

የአሸዋ መጫወቻ

gynge

ዥዋዥዌ

legetøj

መጫወቻዎች

spillekonsol

የቪዲዮ መጫወቻ

trehjulet cykel

ባለ ሶስት ጎማ ብስክሌት

bamse

የአሻንጉሊት ድብ

klædeskab

ቁምሳጥን

tøj

አልባሳት

sokker

ካልሲዎች

strømper

ስቶኪንጎች

strømpebukser

ታይት

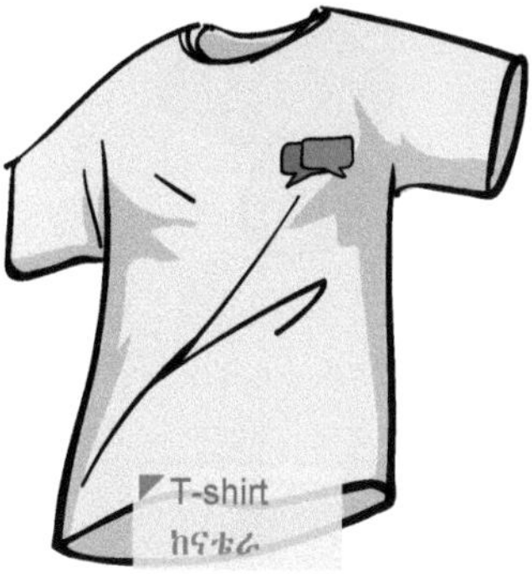

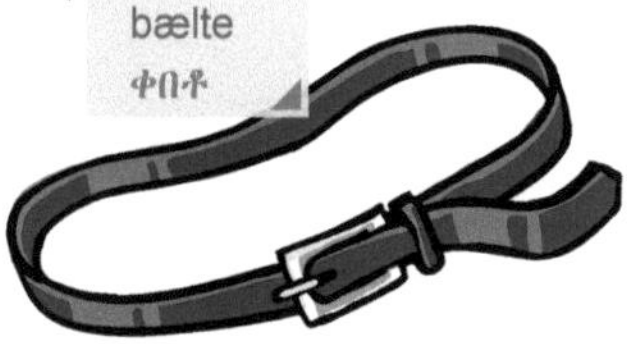

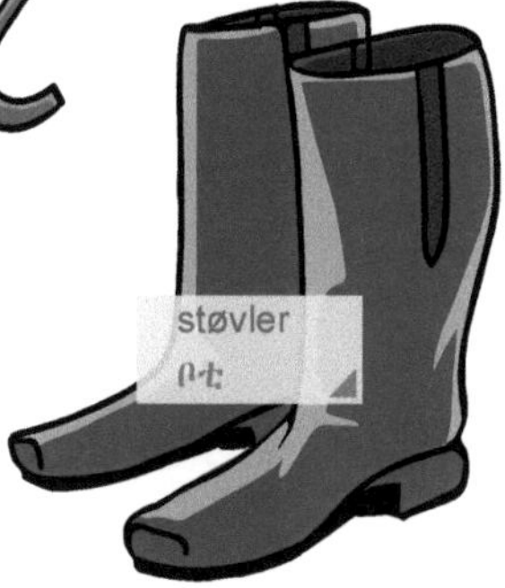

sjal
የአንገት ልብስ

paraply
ጥላ

bælte
ቀበቶ

T-shirt
ከናቴራ

støvler
ቡቲ

hjemmesko
የቤት ውስጥ ነጠላ
ጫማ

sneakers
ስኒከሮች

sandaler

ነጠላ ጫማዎች

sko

ጫማዎች

gummistøvler

የዝናብ ቡትስ

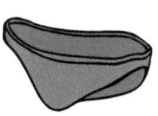
underbukser

ሙታንታ

BH

ጡት መያዣ

undertrøje

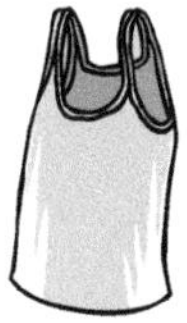

ሰደርያ

body

ሰዉነት

bukser

ሱሪዎች

jeans

ጅንስ

nederdel

ጉርድ ቀሚስ

bluse

ሸሚዝ

skjorte

ሸሚዝ

pullover

የሚጠለቅ ሹራብ

sweatshirt

ሹራብ

blazer

ዩኒፎርም ጃኬት

jakke

ጃኬት

frakke

ኮት

regnfrakke

የዝናብ ኮት

kostume

ልብስ

kjole

ቀሚስ

brudekjole

የሙሽራ ቀሚስ

jakkesæt

ሱፍ

nattrøje

የለሊት ልብስ

pyjamas

የለሊት ልብስ

sari

ረጅም ቀሚስ

hovedtørklæde

ሂጃብ

turban

ጥምጣም

burka

ቡርቃ

kaftan

ሽርጥ

abaya

አባያ

badedragt

የዋና ልብስ

badebukser

አጭር ቁምጣ

korte bukser

ቁምጣዎች

træningsdragt

የስራ ቱታ

forklæde

ሽርጥ

handsker

ጓንት

knap

ቁልፍ

briller

መነፅር

armbånd

አምባር

kæde

የአንገት ሀብል

ring

ቀለበት

ørering

የጆሮ ጌጥ

hue

ኮፍያ

bøjle

የኮት መስቀያ

hat

ኮፍያ

slips

ከረቫት

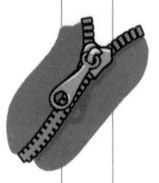

lynlås

ዚፕ

hjelm

የብረት ቆብ

seler

መደገፊያ

skoleuniform

የትምህርት ቤት የደንብ ልብስ

uniform

የደንብ ልብስ

hagesmæk

መሃረብ

sut

የእንጀራ እናት ጡጦ

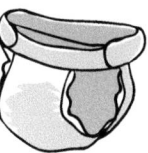

ble

ሽንት ጨርቅ

kontor

ቢሮ

server
ጣቢያ
arkivskab
የፋይል መደርደሪያ
ካቢኔ
papir
ወረቀት
printer
የህትመት መሳሪያ
skærm
መቆጣጠሪያ
skrivebord
መፃፊያ ጠረጴዛ
mus
ማዉዝ
mappe
ማህደር
tastatur
የመፃፊ ቁልፎች
papirkurv
የቆሻሻ ወረቀት መጣያ
ቅርጫት
computer
ኮምፒዉተር
stol
ወንበር

kaffekrus

የቡና መጠጫ ትልቅ ኩባያ

lommeregner

ማስልያ ማሽን

internet

ኢንተርኔት

bærbar

ላፕቶፕ

brev

ደብዳቤ

besked

መልዕክት

mobil

ተንቀሳቃሽ ስልክ

netværk

የግንኙነት አዉታር

kopimaskine

ማባዣ ማሽን

software

ሶፍትዌር

telefon

ስልክ

stikdåse

የግድግዳ ሶኬት

fax

የፋክስ ማሽን

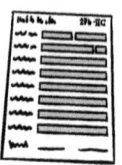

formular

ቅፅ

dokument

ሰነድ

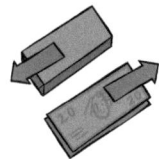

købe
መግዛት

betale
መክፈል

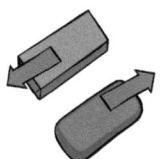

handle
መነገድ

penge
ገንዘብ

dollar
ዶላር

euro
ዩሮ

yen
የን

rubel
ሩብል

schweizerfranc
የስዊዝ ፍራንክ

renminbi yuan
ሬንሚንቢ ዩዋን

rupee
ሩጲ

hæveautomat
የገንዘብ ነጥብ

vekselkontor

የዉጭ ገንዘብ ምንዛሪ ቢሮ

guld

ወርቅ

sølv

ብር

olie

ዘይት

energi

ሀይል፤ ጉልበት

pris

ዋጋ

kontrakt

ግንኙነት

skat

ቀረጥ

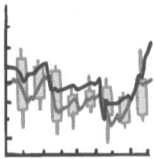

aktie

አክስዮን

arbejde

መስራት

ansat

ተቀጣሪ

arbejdsgiver

ቀጣሪ

fabrik

ፋብሪካ

butik

ሱቅ

የስራ ሙያዎች

politimand
የፖሊስ አዛዥ
brandmand
የእሳት አደጋ ሰራተኛ
kok
ምግብ አብሳይ
læge
ዶክተር
pilot
አብራሪ

gartner
....
አትክልተኛ

tømrer
....
አናጢ

syerske
....
ልብስ ሰፊ ሴት

dommer
....
ዳኛ

kemiker
....
ቀማሚ

skuespiller
....
ተዋናይ

buschauffør

የአዉቶቢስ ሹፌር

taxachauffør

የታክሲ ሹፌር

fisker

አሳ አጥማጅ

rengøringskone

ፅዳት ሰራተኛ

tagdækker

የጣራ ሰራተኛ

tjener

አስተናጋጅ

jæger

አዳኝ

maler

ሰዓሊ

bager

ጋጋሪ

elektriker

የኤሌትሪክ ሰራተኛ

bygningsarbejder

ገምቢ

ingeniør

መሃሃዲስ

slagter

ልኳንዳ

vvs-mand

የቧንቧ ሰራተኛ

postbud

የፖስታ ሰራተኛ

soldat

ወታደር

arkitekt

መሃንዲስ

kasserer

የሒሳብ ሰራተኛ

blomsterhandler

አበባ ሻጭ

frisør

የፀጉር ሰራተኛ

togfører

ቲኬት ቆራጭ

mekaniker

መካኒክ

kaptajn

ካፒቴን

tandlæge

የጥርስ ሐኪም

videnskabsmand

ተመራማሪ

rabbiner

መምህር

imam

የሙስሊም ሃይማኖታዊ መሪ

munk

መነኩሴ

præst

ካህን

værktøj

መሳሪያዎች

hammer
መዶሻ
tang
ተቆላፊ ጉጠት
skruedrejer
መፍቻ
skruenøgle
የመሳሪ መፍቻ
lommelygte
ባትሪ

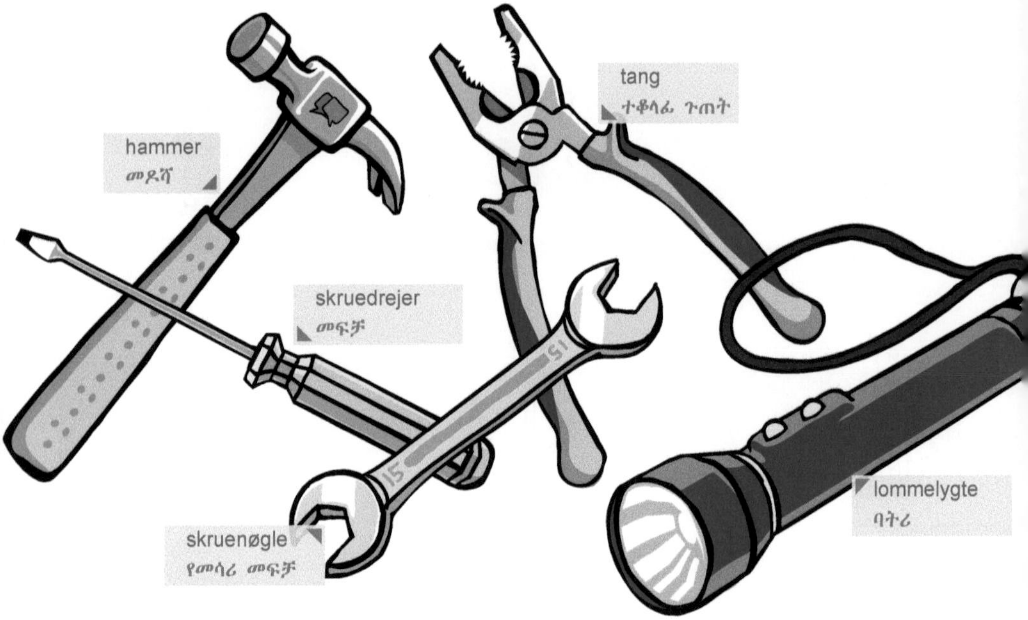

gravemaskine

በቁፋሮ የሚዝቅ

værktøjskasse

የመፍቻ ሳጥን

stige

መሰላል

sav

መጋዝ

søm

ምስማር

bor

መሰርሰሪያ

reparere

መጠገን

skovl

አካፋ

Lort!

የተረገመ!

fejebakke

ቆሻሻ ማፈሻ

malerspand

የቀለም ቆርቆሮ

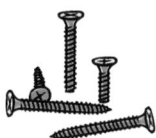

skruer

ብሎን

musikinstrumenter
የሙዚቃ መሳሪያዎች

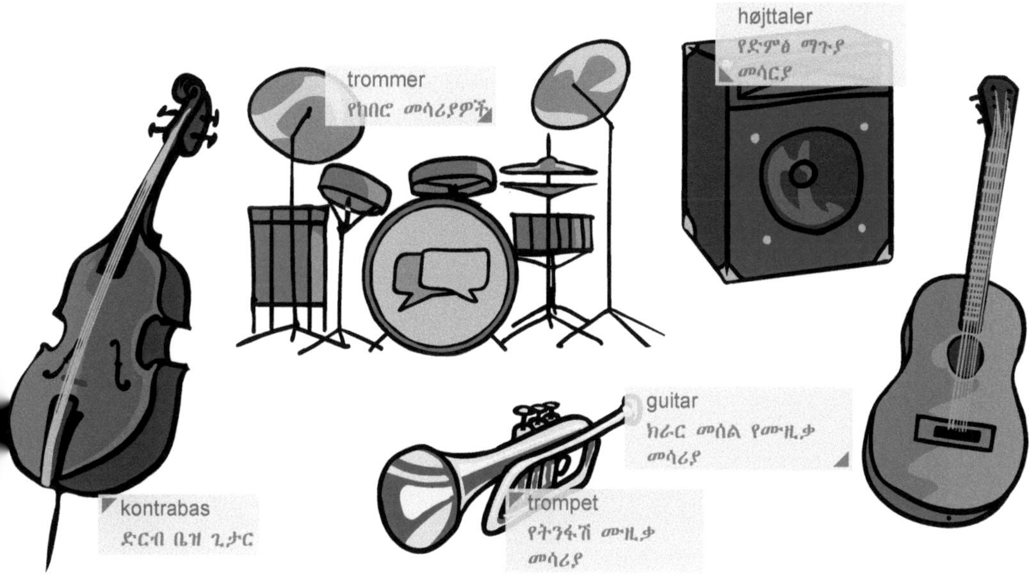

trommer
የከበሮ መሳሪያዎች

højttaler
የድምፅ ማጉያ
መሳርያ

guitar
ክራር መሰል የሙዚቃ
መሳሪያ

kontrabas
ድርብ ቤዝ ጊታር

trompet
የትንፋሽ ሙዚቃ
መሳሪያ

klaver

ፒያኖ

violin

ቫዮሊን

bas

ወፍራም፤ ጎርናና ድምፅ ያለዉ ክራር መሰል ሙዚቃ መሳሪያ

pauke

ነጋሪት

tromme

ከበሮ

keyboard

በኤሌክትሪክ የሚሰራ ፒያኖ

saxofon

የትንፋሽ ሙዚቃ መሳሪያ

fløjte

ዋሽንት

mikrofon

የድምፅ ማጉያ

ZOO

የደር እንስሳት ማቆያ

indgang
መግቢያ
tiger
ነብር
bur
ሳጥን
zebra
የሜዳ አህያ
dyrefoder
የእንስሳ ምግብ
panda
ትልቅ ድብ

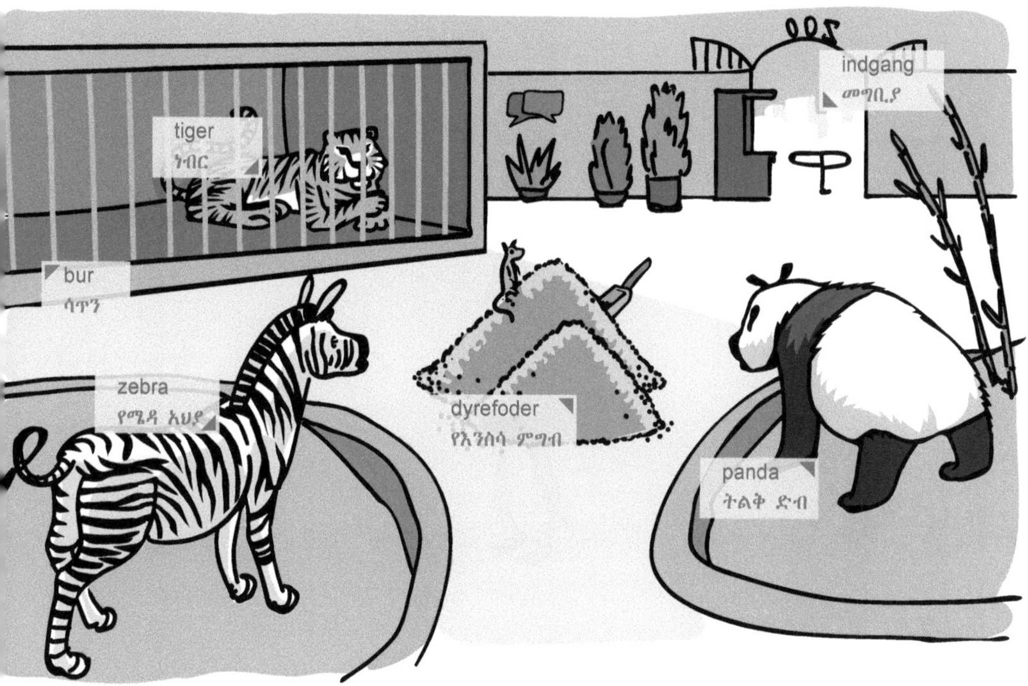

dyr

እንስሳቶች

elefant

ዝሆን

kænguru

ካንጋሮ

næsehorn

አዉራሪስ

gorilla

ትልቅ ዝንጀሮ

bjørn

ድብ

kamel

ግመል

struds

ሰጎን

løve

አንበሳ

abe

ጦጣ

flamingo

ቅልጥመ ረዥም ወፍ

papegøje

በቀቀን

isbjørn

የወዋልታ ድብ

pingvin

የዋልታ ወፎች

haj

ረጅም ጥርሶች ያሉትአሳ ነባሪ

påfugl

ጣዎስ

slange

እባብ

krokodille

አዞ

dyrepasser

የዱር አራዊት የሚጠበቁበት
ማቆያን የሚጠብቅ

sæl

አሳ በሊታ የባህር እንስሳ

jaguar

የዱር ድመት

pony

ድንክ ፈረስ

leopard

ነብር

flodhest

ጉማሬ

giraf

ቀጭኔ

ørn

ንስር

vildsvin

ከርከሮ

fisk

አሳ

skildpadde

የባህር ኤሊ

hvalros

የባህር አውሬ

ræv

ቀበሮ

gazelle

የሚዳ ፍየል፤ ሚዳቋ

sport
የስፖርት አይነቶች

amerikansk football
የአሜሪካ እግርኳስ
cykling
የብስክሌት ስፖርት
tennis
ቴኒስ
basketball
የቅርጫት ኳስ
svømning
ዋና
boksning
የቡጢ ስፖርት
ishockey
የበረዶ ላይ የገና ጨዋታ

fodbold

እግር ኳስ

badminton

የላባ ኳስ ጨዋታ

atletik

አትሌቲክስ

håndbold

የእጅ ኳስ ስፖርት

skiløb

የበረዶ መንሸራተት ስፖርት

polo

ፈረስ ግልቢያ

grine
መሳቅ
springe
መዝለል
give et knus
ማቀፍ
gå
መራመድ
synge
መዘመር
drømme
ህልም ማለም
bede
መፀለይ
kysse
መሳም

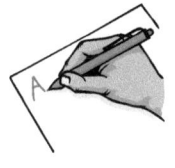

skrive

መፃፍ

tegne

መሳል

vise

ማሳየት

skubbe

መግፋት

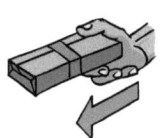

give

መስጠት

tage

መዉሰድ

have

መያዝ

gøre

ማድረግ

være

መሆን

stå

መቆም

løbe

መሮጥ

trække

መሳብ

kaste

መወርወር

falde

መዉደቅ

ligge

መዋሸት

vente

መጠበቅ

bære

መሸከም

sidde

መቀመጥ

tage på

መልበስ

sove

መተኛት

vågne

መንቃት

se på

መመልከት

græde

ማለልቀስ

ae

መጫር

kæmme

ማበጠር

tale

ማዉራት

forstå

መረዳት

spørge

ጥያቄ

høre

ማዳመጥ

drikke

መጠጣት

spise

መብላት

rydde op

ማንፃት

elske

ማፍቀር

koge

ምግብ ማብሰል

køre

መንዳት

flyve

መብረር

sejle

መርከብ መንዳት

regne

ቁጥሮችን ማስላት

læse

ማንበብ

lære

መማር

arbejde

መስራት

gifte sig med

ማግባት

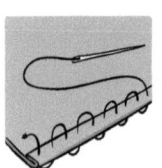

sy

መስፋት

børste tænder

ጥርስ መቦረሽ

dræbe

መግደል

ryge

ማጨስ

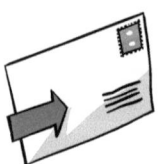

sende

መላክ

familie
ቤተሰብ

bedstemor
የሴት አያት
bedstefar
የወንድ አያት
far
አባት
mor
እናት
baby
ህፃን
datter
ሴት ልጅ
søn
ወንድ ልጅ

gæst
እንግዳ

tante
አክስት

onkel
አጎት

bror
ወንድም

søster
እህት

krop

አካል

pande
ግንባር
øje
አይን
skulder
ትከሻ
finger
ጣት
ansigt
ፊት
hage
አገጭ
hånd
እጅ
bryst
ጡት
ben
እግር
arm
ክንድ

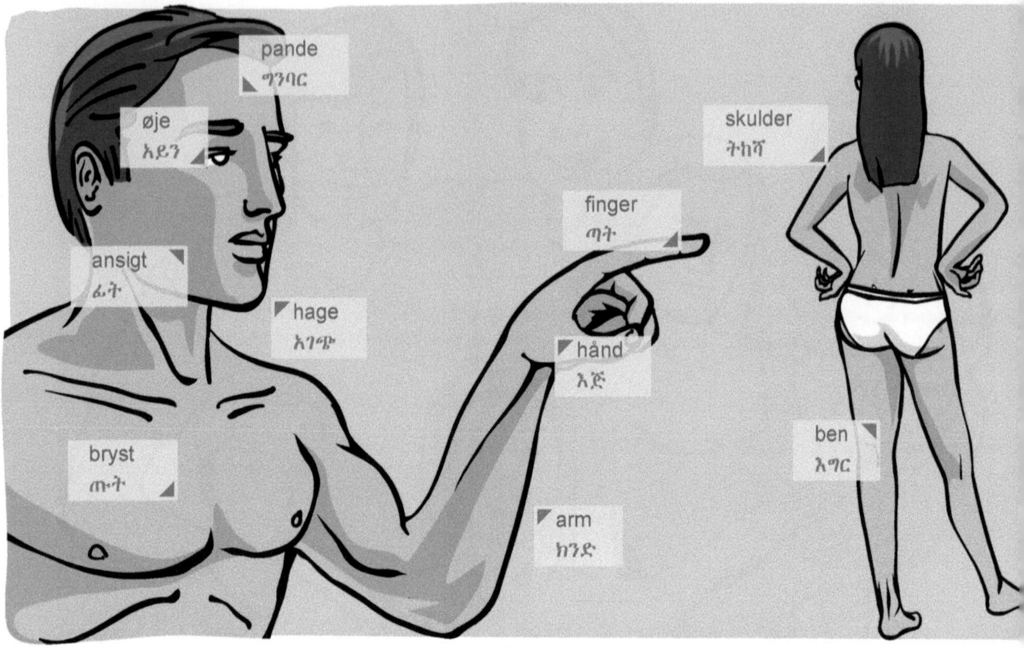

baby
ህፃን

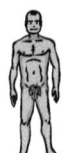

mand
ሰዉ

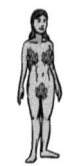

kvinde
ሴት

pige
ልጃገረድ

dreng
ወንድ ልጅ

hoved
ራስ

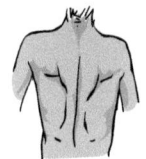

ryg

ጀርባ

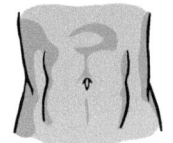

mave

ሆድ

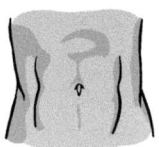

navle

እምብርት

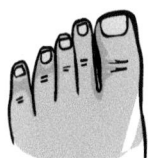

tå

የእግር ጣት

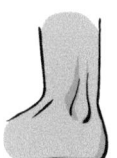

hæl

ተረከዝ

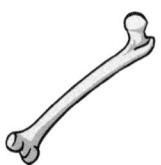

knogle

አጥንት

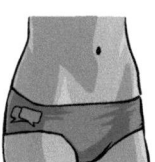

hofte

ዳሌ

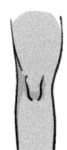

knæ

ጉልበት

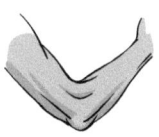

albue

ክርን

næse

አፍንጫ

bagdel

ቂጥ

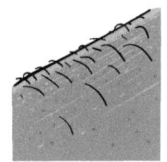

hud

ቆዳ

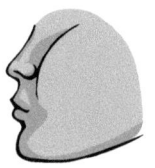

kind

ጉንጭ

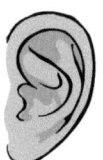

øre

ጆሮ

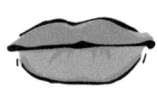

læbe

ከንፈር

mund

አፍ

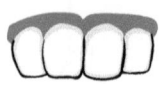

tand

ጥርስ

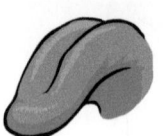

tunge

ምላስ

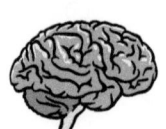

hjerne

አንጎል

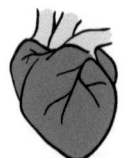

hjerte

ልብ

muskel

ጡንቻ

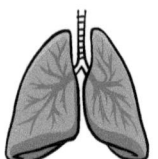

lunge

ሳምባ

lever

ጉበት

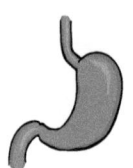

mavesæk

ሆድ

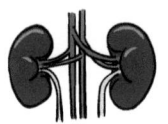

nyrer

ኩላሊቶች

sex

የግብረስጋ ግንኙነት

kondom

ኮንዶም

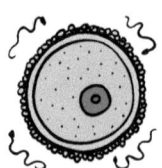

ægcelle

የሴት እንቁላል

sperm

የዘር ፈሳሽ

svangerskab

እርግዝና

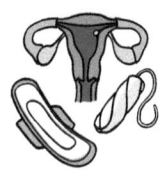

menstruation

የወር አበባ

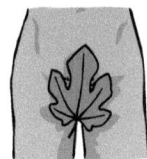

vagina

እምስ

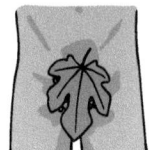

penis

ቁላ

øjenbryn

ቅንድብ

hår

ፀጉር

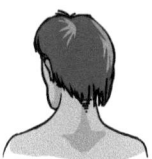

hals

አንገት

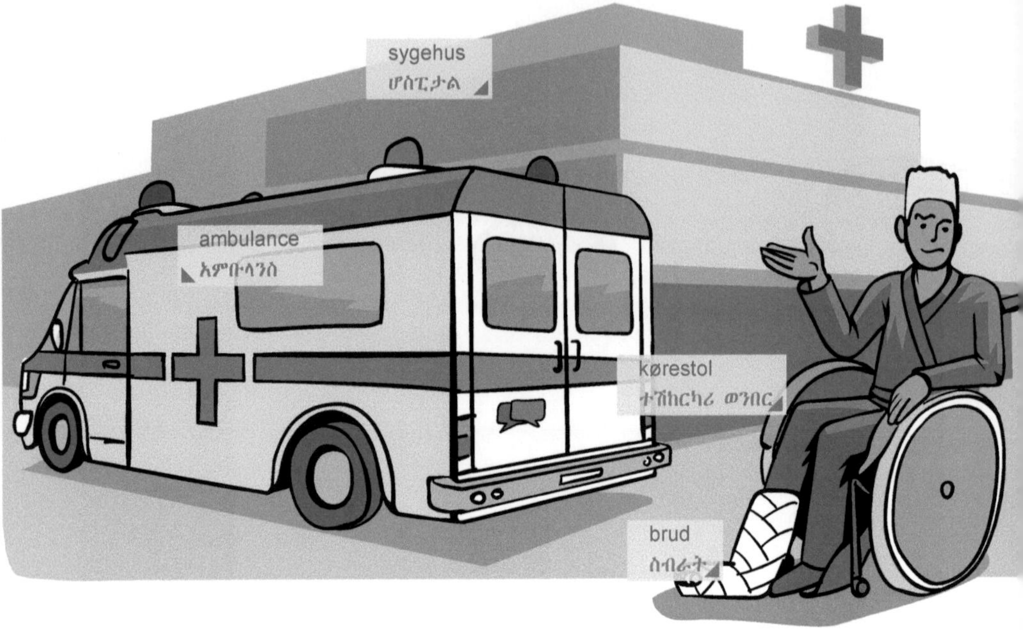

sygehus

ሆስፒታል

ambulance
አምቡላንስ
kørestol
ተሽከርካሪ ወንበር
brud
ስብራት

lægge

ዶክተር

akutmodtagelse

ድንገተኛ ክፍል

sygeplejerske

ነርስ

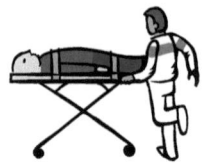

nødstilfælde

ድንገተኛ

bevidstløs

ራስን መሳት/ አለማወቅ

smerte

ህመም

skade

ጉዳት

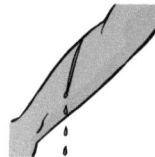

blødning

መድማት

hjerteinfarkt

የልብ ድካም

slagtilfælde

ስትሮክ

allergi

አለርጂ

hoste

ሳል

feber

ትኩሳት

influenza

ኢንፍሉዌንዛ

diarré

ተቅማጥ

hovedpine

የራስ ምታት

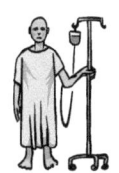

kræft

ካንሰር

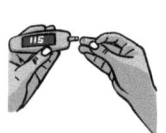

diabetes

የስኳር በሽታ

kirurg

ቀዶ ጠጋኝ ሐኪም

skalpel

የቀዶ ጥገና ስለት

operation

ቀዶ ጥገና

CT

ሲ.ቲ

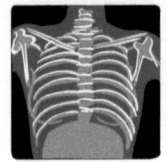

røntgen

ኤክስሬዩ

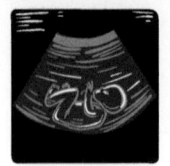

ultralyd

አልትራሳዉንድ

maske

የፊት ጭምብል

sygdom

በሽታ

venteværelse

መጠበቂያ ክፍል

krykke

ምርኩዝ

plaster

የቁስል ማሸጊያ

forbinding

ፋሻ

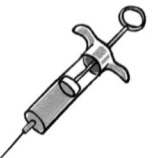

injektion

መርፌ

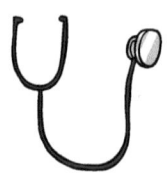

stetoskop

የልብ ምት ማዳመጫ መሳሪያ

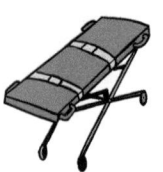

båre

የበሽተኛ አልጋ

termometer

የህክምና ሙቀት መለኪያ መሳሪያ

fødsel

መውለድ

overvægt

ከልክ ያለፈ ክብደት

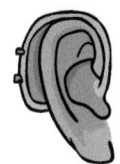

høreapparat

ለመስማት የሚረዳ መሳሪያ

desinficerende middel

ፀረ ተባይ መድሀኒት

infektion

ማመርቀዝ

virus

ቫይረስ

HIV / AIDS

ኤች አይቪ ኤድስ

medicin

ህክምና

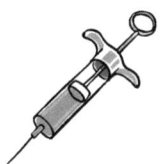

vaccination

ክትባት

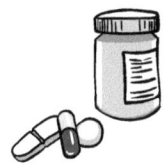

tabletter

ኪኒን

pille

ኪኒን

nødopkald

አስቸኳይ የስልክ ጥሪ

blodtryksmåler

ደም ግፊት መቆጣጠሪያ

syg / rask

ህመም/ ጤንነት

Hjælp!

እርዳታ!

alarm

ማንቂያ ደወል

overfald

ጥቃት

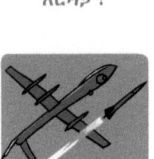

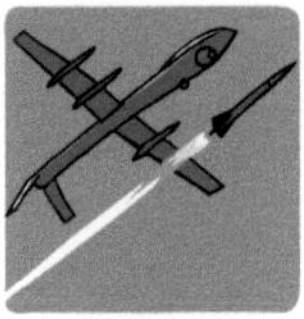

angreb

ድብደባ

fare

አደጋ

nødudgang

የድንገተኛ መዉጫ

Det brænder!

እሳት!

ildslukker

እሳት ማጥፊያ

uheld

አደጋ

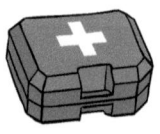

førstehjælps-kuffert

የመጀመሪያ እርዳታ መድሃኒት መያዣ

SOS

ነፍስ አድን

politi

ፖሊስ

Europa

አዉሮፓ

Nordamerika

ሰሜን አሜሪካ

Sydamerika

ደቡብ አሜሪካ

Afrika

አፍሪካ

Asien

እስያ

Australien

አዉስትራሊያ

Atlanterhavet

አትላንቲክ

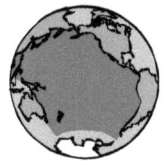

Stillehavet

ፓስፊክ

Indiske Ocean

የህንድ ዉቅያኖስ

Sydlige Ishav

አንታርክቲክ ዉቅያኖስ

Ishav

አርክቲክ ዉቅያኖስ

Nordpol

ሰሜን ዋልታ

Sydpol

ደቡብ ዋልታ

Antarktis

አንታርክቲካ

Jorden

ምድር

land

መሬት

hav

ባህር

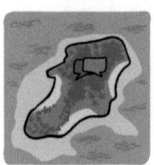

ø

ደሴት

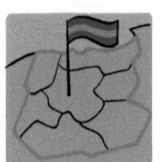

nation

አገርና ህዝብ

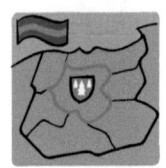

stat

መንግስት

78   Jorden - ምድር

urskive

የሰዓት ገፅታ

timeviser

ሰዓት

minutviser

ደቂቃ

sekundviser

ሴኮንድ

Hvad er klokken?

ስንት ሰዓት ነው?

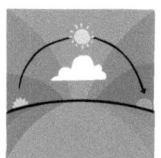

dag

ቀን

tid

ጊዜ

nu

አሁን

digitalur

የቁጥር ሰዐት

minut

ደቂቃ

time

ሰዓታት

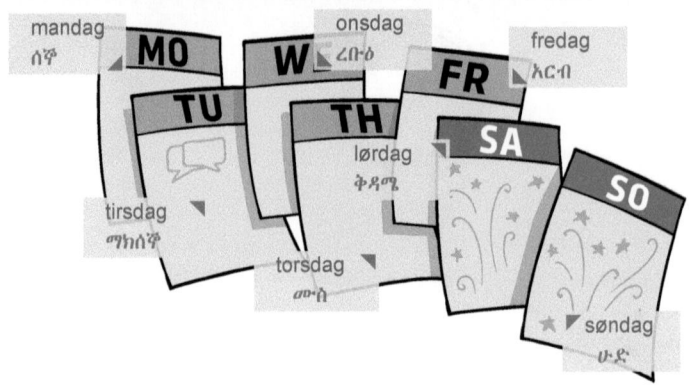

uge

ሳምንት

FR
SO
mandag
ሰኞ
tirsdag
ማክሰኞ
onsdag
ረቡዕ
torsdag
ሙስ
fredag
lørdag
ቅዳሜ
søndag
ሁድ

i går

ትላንት

i dag

ዛሬ

i morgen

ነገ

morgen

ማለዳ

middag

ቀትር

aften

ምሽት

arbejdsdage

የስራ ቀናት

weekend

የዕረፍት ቀናት

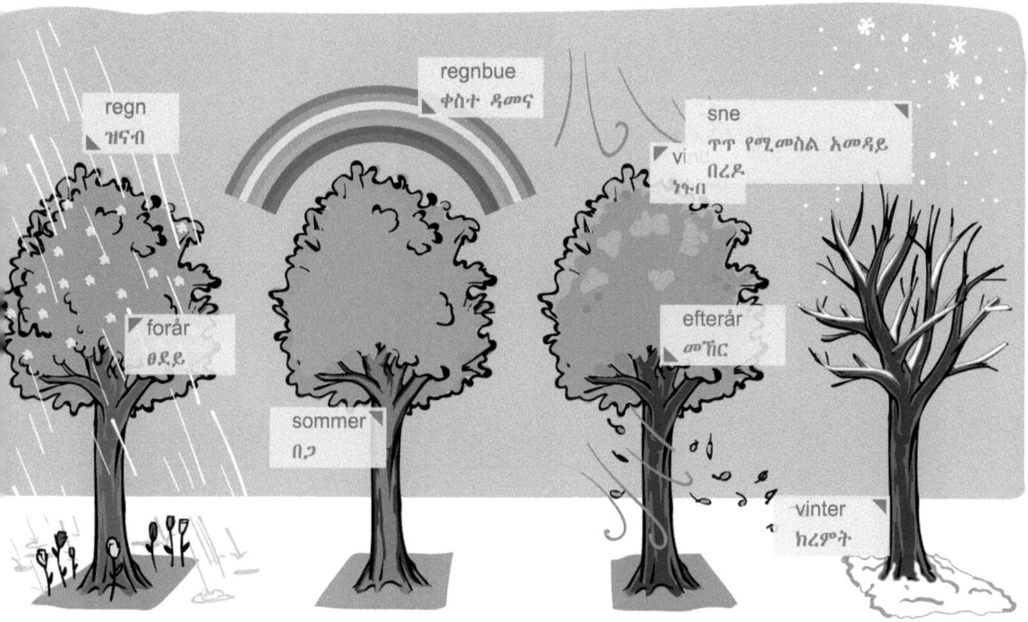

regn
ዝናብ

regnbue
ቀስተ ዳመና

sne
ጥጥ የሚመስል አመዳይ

vi...
በረዶ
ነፋብ

forår
ፀደይ

efterår
መኸር

sommer
በጋ

vinter
ክረምት

4.APRIL	11°	☀
5.APRIL	4°	⛅
6.APRIL	13°	⛈
7.APRIL	8°	☀
8.APRIL	10°	☀

vejrudsigt
የአየር ሁኔታ ትንበያ

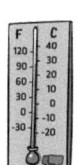

termometer
የሙቀት መለኪያ

solskin
የፀሀይ ሙቀት

sky
ደመና

tåge
ጭጋግ

luftfugtighed
እርጥበታማነት

lyn

መብረቅ

torden

ነጎድጓድ

storm

አዉሎ ንፋስ

hagl

የበረዶ ዝናብ

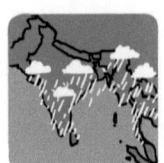

monsun

አዉሎ ንፋስ

flod

ጎርፍ

is

በረዶ

januar

ጥር

februar

የካቲት

marts

መጋቢት

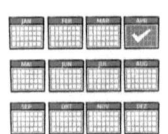

april

ሚያዚያ

maj

ግንቦት

juni

ሰኔ

juli

ሐምሌ

august

ነሀሴ

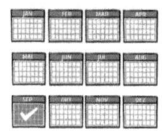

september

መስከረም

oktober

ጥቅምት

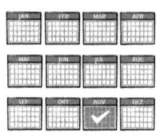

november

ህዳር

december

ታህሳስ

former
ቅርፆች

cirkel

ክብ

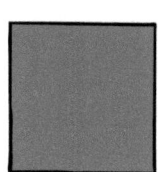

kvadrat

አራት ማዕዘን

firkant

አራት ቀጥተኛ ማዕዘኖች ጎኖች ያሉት ቅርፅ

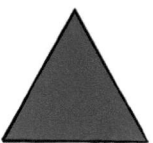

trekant

ሶስት ማዕዘን

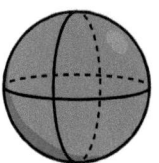

kugle

ሉል

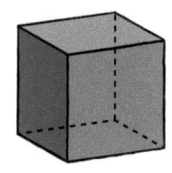

terning

ስድስት ጎን ያለዉ ቅርፅ

farver

ቀለማት

hvid

ነጭ

gul

ቢጫ

orange

ብርቱካናማ

pink

ሮዝ

rød

ቀይ

lilla

ወይን ጠጅ

blå

ሰማያዊ

grøn

አረንጓዴ

brun

ቡኒ

grå

ግራጫ

sort

ጥቁር

meget / lidt

ብዙ/ ጥቂት

rasende / fredelig

ንዴት/ እርጋታ

smuk / grim

ቆንጆ/ አስቀያሚ

begyndelse / slut

ጅማሬ/ ፍፃሜ

stor / lille

ትልቅ/ ትንሽ

lys / mørk

ደማቅ/ ደብዛዛ

bror / søster

ወንድም/ እህት

ren / snavset

ንፁህ/ ቆሻሻ

fuldkommen / ufuldkommen

የተሟላ/ ያልተሟላ

dag / nat

ቀን/ ምሽት

død / levende

የሞተ/ ህያዉ

bred / smal

ሰፊ/ ጠባብ

spiselig / uspiselig

የሚበላ/ የማይበላ

vred / venlig

ክፉ/ ደግ

ophidset / kedet

ደስተኛ/ ድብርተኛ

tyk / tynd

ወፍራም/ ቀጭን

først / sidst

መጀመርያ/ መጨረሻ

ven / fjende

ጓደኛ/ ጠላት

fuld / tom

ሙሉ/ ጎዶሎ

hård / blød

ጠንካራ/ ለስላሳ

tung / let

ከባድ/ ቀላል

sult / tørst

ረሃብ/ ጥማት

syg / rask

ህመም/ ጤንነት

illegal / legal

ህገወጥ/ ህጋዊ

intelligent / dum

ጎበዝ/ ደደብ

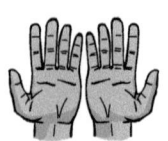

venstre / højre

ግራ/ ቀኝ

nær / fjern

ቅርብ/ ሩቅ

ny / brugt

አዲስ/ አሮጌ

intet / noget

ምንም/ የሆነ ነገር

gammel / ung

ሽማግሌ/ ወጣት

tændt / slukket

የበራ/ የጠፋ

åben / lukket

ክፍት/ ዝግ

stille / højt

ፀጥታ/ ጫጫታ

rig / fattig

ሃብታም/ ደሃ

rigtig / forkert

ትክክለኛ/ የተሳሳተ

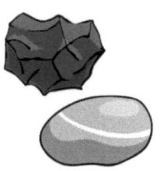

ru / glat

ሻካራ/ ለስላሳ

ked af det / lykkelig

ሐዘን/ ደስታ

kort / lang

አጭር/ ረዥም

langsom / hurtig

ዝግተኛ/ ፈጣን

våd / tør

እርጥብ/ ደረቅ

varm / kold

ሞቃት/ ቀዝቃዛ

krig / fred

ጦርነት/ ሰላም

tal

ቁጥሮች

0

nul

ዜሮ

1

en

አንድ

2

to

ሁለት

3

tre

ሶስት

4

fire

አራት

5

fem

አምስት

6

seks

ስድስት

7

syv

ሰባት

8

otte

ስምንት

9

ni

ዘጠኝ

10

ti

አስር

11

elleve

አስራ አንድ

12

tolv

አስራ ሁለት

13

tretten

አስራ ሶስት

14

fjorten

አስራ አራት

15

femten

አስራ አምስት

16

seksten

አስራ ስድስት

17

sytten

አስራ ሰባት

18

atten

አስራ ስስምንት

19

nitten

አስራ ዘጠኝ

20

tyve

ሃያ

100

hundrede

መቶ

1.000

tusinde

ሺህ

1.000.000

million

ሚሊዮን

sprog
ቋንቋዎች

engelsk

እንግሊዝኛ

amerikansk engelsk

የአሜሪካ እንግሊዝኛ

kinesisk mandarin

የቻይና ማንዳሪን

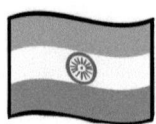

hindi

ሂንዱ

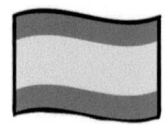

spansk

ስፓኒሽ

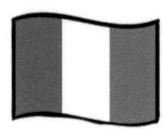

fransk

ፍሬንች

arabisk

አረብኛ

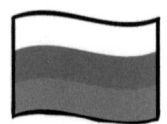

russisk

ራሺያኛ

portugisisk

ፖርቱጊዝ

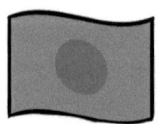

bengalsk

ቤንጋሊ

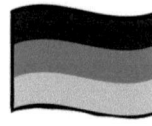

tysk

ጀርመን

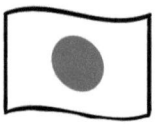

japansk

ጃፓንኛ

hvem / hvad / hvordan

ማን/ ምን/ እንዴት

jeg

እኔ

du

አንተ

han / hun / den / det

እሱ/ እርሷ/ እቃዉ

vi

እኛ

I

አንተ

de

እነርሱ

hvem?

ማን?

hvad?

ምን?

hvordan?

እንዴት?

hvor?

የት?

hvornår?

መቼ?

navn

ስም

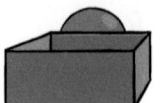

hvor

የት

bag

በስተጀርባ

i

ዉስጥ

foran

ከፊት ለፊት

over

ከላይ

på

ላይ

under

ከስር

ved siden af

አጠገብ

imellem

መሃከል

sted

ቦታ